भावना मनातल्या

Shalaka Nawle

BookLeaf Publishing

India | USA | UK

Presentation by *BookLeaf Publishing*

Web: www.bookleafpub.com

E-mail: info@bookleafpub.com

ISBN: 9789363317772

First edition 2024

हे पुस्तक मी माझ्या आई, वडिल तसेच माझ्या
मोठ्या बहिणीस् अर्पित करते.

PREFACE

माझ्या पुस्तकात, मी माझे अनुभव आणि त्यांनी मला कसे बदलले याबद्दल चर्चा केली आहे. तुम्हाला अशा कथा आणि स्मृतिचिन्ह सापडतील ज्या तुमच्या हृदयाला स्पर्श करतील अशी मला आशा आहे.

वाटचाल

आयुष्याची वाट ही एकट्यानेच चालायची असते,
मात्र वाटेत आलेले मोती वेचायचे असते ॥

अनेकदा वाटेत ठेच लागते तर कधी तहान,
कधी लागतो पाऊस तर कधी लागते ऊन,
कधी लागतो थकवा तर कधी वाचते क्षिण,
तेव्हा घ्यावा थोडा विसावा घ्यावा थोडा श्वास,
मात्र परत सुरु करावी आपल्या जीवनाची वाटचाल ॥

आठवण

जे आपल्यासोबत सुख आणि दुःख दोन्ही घेऊन येते
ती म्हणजे आठवण,
आपल्या संपूर्ण आयुष्याची कमावलेली असते तीच
खरी साठवण,
काही हसवून जातात तर काही सोडून जातात व्रण,
त्यांना ना लागत कधी भूक ना तहान,
त्यांना लागते ते फक्त नितळ मन,
पण आठवणीत कधी पूर्ण हरवून जाऊ नये ठेवावे थोडे
भान,
कारण आठवणींच्या विश्वापुढे सगळेच वाटते लहान,
मात्र नेहमी गोळा करत राहाव्या आठवणी, जमा
करावे सर्व क्षण,
कारण शेवटी हेच असते आपल्या आयुष्याची धन ||

दिदि

लहानपण सारे आपले एकत्र खेळण्यात गेले होते
मात्र तरी प्रत्येक खेळाच्या शेवटी भांडण दडले होते
कारण आपल्या मतांमध्ये अंतर फार होते ॥

बाजारात जाताना हात दोघांचे एकमेकांत होते
येताना मात्र कुठल्याशा हट्टामध्ये व्यस्त होते
कारण आपल्या मतांमध्ये अंतर फार होते ॥

लहानपणी एकाच प्रकारचे पण वेगळ्या रंगाचे कपडे
मॅचिंग होते
मोठेपणी मात्र दोघांचे दोन कपड्याचे कपाटं होते
कारण आपल्या मतांमध्ये अंतर फार होते ॥

तू गेल्यावर जगापासून लपवून खूप अश्रू गाळले होते
काही शब्द लिहायचे तर काही सांगायचे राहिले होते
कारण आता आपल्या दोघांमधले अंतर फारच वाढले
होते ॥

पहावे करून ...

कोणी म्हणाले असते सर्वांत काही खास,
असतो सर्वांना कसलातरी ध्यास,
म्हंटले पहावे घेऊन शोध...

सुरवात केली रंगाने विचार केला वेगळ्या ढंगाने,
मग कळले पेंसिलशी काही आपले जमेना,
मग का द्या त्या कागदाला त्रास?

नंतर वाटले बनावे गायक बनावे ऍक्टर,
व्हावे जगप्रसिद्ध निदान चार माणसात तरी,
पण आहे का तो आपल्यात फॅक्टर...

मग विचार केला का जे सर्व करतात ते आपण करावे,
करू काहीतरी नवीन केले प्रयत्न सारे पण मिळेल का
मला जे हवे?

सर्व करता करता एक गोष्ट करायचीच राहून गेली,
जगायला राहिले स्वतःला शोधायला आजूबाजूचे जग
बघायला,
मग म्हंटले हेही पाहावे करून...

असेच असते

हे असेच का असते हे असेच का असते ?
माणसाची किंमत लांब गेल्यावरच का कळते ?
उन्हाळ्यात का पाऊस हवा वाटतो आणि
दूर गेल्यावरच का तारा लहान वाटतो ?

घर सोडल्यावरच रस्ता मोठा वाटतो आणि घर हवे
वाटते,
दिवस संपल्यावर अंधार झाला कि सूर्य हवा वाटतो,
मग विचार येतो कि हे असेच का असते हे असेच का
असते ?

सर्व काही असताना काही राहिलेसे वाटतो,
जुन्या आठवणीत पुन्हा हरवावेसे वाटते,
काही गोष्टी बदलाव्या वाटतात तर काही पुन्हा
जगाव्याशा वाटतात,
मग कळते कि हे असते हे असेच असते,
कारण आपल्याकडे नसणाऱ्या गोष्टीचीच किंमत
आपल्याला कळते
म्हणूनच ते असे असते

कुठे माहित होते

कधी तुम्हाला वाटते का कि हे माझ्याबरोबरच का ?
मी काय कोणाचे एवढे वाईट केले आहे?
मलाच का बरी हि शिक्षा ?

वर पाहिले आकाशात पक्षी उडताना
स्वच्छंदी आणि मनासारखे मला कुठे माहित होते
पक्षी फक्त उडतच नाही तर पडतात
आणि पण पुन्हा उंच उडतात
तरी ही मी म्हंटले हे माझ्याबरोबरच का?

आयुष्यात अडचणी भरपूर पण उपाय कमी,
रस्ता मिळेना आणि उपायाची नसते हमी,
 पण मला कुठे माहित होते कि एक दरवाजा
असतो दहा अडचणी घालवण्यासाठी
आणि दरवाजा बंद असतो तो उघडण्यासाठी
तरी ही मी म्हंटले हे माझ्याबरोबरच का?

तो तारा किती छान आहे
पण मला कुठे माहित होत कि तो प्रत्येक्षात जळत
आहे
ती मूर्ती किती सुंदर आहे
पण मला कुठे माहित होत तिने किती घाव सोसलेत
तरी ही मी म्हंटले हे माझ्याबरोबरच का?

मुझे बताना है तुम्हें

मुझे बताना है तुम्हें के, अब बदल गई हूं मैं, पहले खामोश रहा करती थी मैं पर अब थोड़ा बोलना सीख लिया है, पहले अनपढ़ थी अब मैंने थोड़ा पढ़ना सीख लिया है, पहले डरा करती थी अब थोड़ी हिम्मत आई है मुझमें, माना मंज़िल को पाया नहीं है अबतक पर मंज़िल पास ज़रूर आई है, मुझे बताना है तुम्हें, अब बदल गई हूं मैं.... (1)

रसोइघर की मर्यादा आज चांद तक उड़ान ले रही है, चुपके से रोने वाली आंखे आज ऊंचे ख्वाब देखने लगी है, कभी सोचा ना था कि इतने बदलाव कभी होंगे, बदलाव वो जो कुछ मैंने किये तो कुछ अपने आप होते चले गए, जो कभी बेबस और कायर थी, आज वही मैं काबिल और निडर कहलाती हूं, मुझे बताना है तुम्हें के, अब बदल गई हूँ मैं... (2)

बहुत बोले लोग और बहुत ज़ुल्म सहे हैं आज तक, पर
नहीं लड़ाई कभी ख़त्म हुई नहीं माने हैं कई लोग, जाने
कब हम खुल के जियेंगे, जाने कब हम अपने नाम से
जाने जायेंगे, फ़िर भी ठीक है क्योंकि सहना तो मेरी
फ़ितरत में ही है बस अब उसकी एक मर्यादा लिखी है
मैंने, क्योंकि मुझे बताना है तुम्हें के, अब बदल गई हूं
मैं.... (3)

मांगना मैं बस इतना चाहूँ के साथ मिले मुझे मेरी ही
जैसी शक्ति से, ना हो कभी सामना मेरा अपनी ही
जाति से, चाहे जितने हो बदलाव ना भूलूँ मैं अपनी
ममता कभी, स्नेह और प्रेम ही तो है पहचान मेरी,
अहंकार, गर्व, घमंड से दूर रखना हमेशा मुझे, बस
दया और प्यार से भरना मुझे, क्योंकि मुझे बताना है
तुम्हें, अब बदल गई हूं मैं.... (4)

नको म्हण

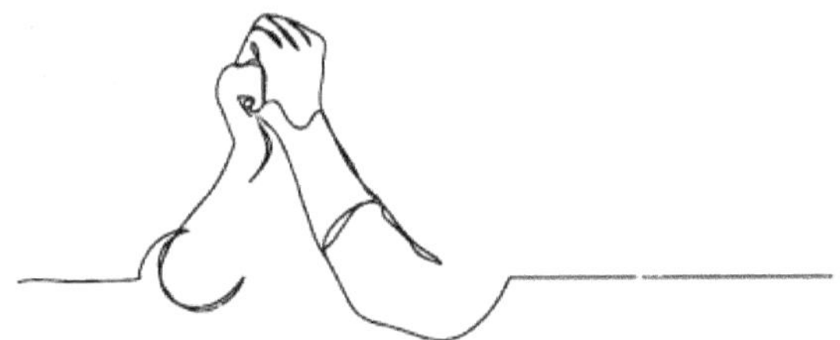

दुखावलेल्याचा रोष नको,
आणि चुकलेल्याचा दोष नको,
स्वतःच्या दुःखाचा सोस नको,
आणि झालेल्या गोष्टीचा अफसोस नको,
जयकराचा घोष नको,
आणि व्यर्थ असा जोश नको,
सवयीचा पाश नको,
आणि हटवादात हाच नको,
नको त्या भूतकाळात वास नको,
आणि झालेल्या गोष्टीमध्ये काश नको,
काळ्या पैशाची रास नको,
आणि चांगुलकीचा नाश नको,
कुठल्याशा गोष्टीचा भास नको,
आणि जुलमाचा दास नको...

थोडं शिकलंस तू

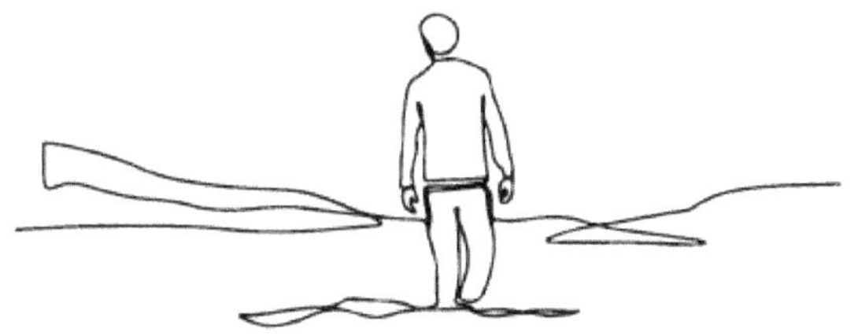

निर्णय चुकीचा कि बरोबर नको ठरवू तू,
त्यावेळेला जे योग्य वाटलं ते केलस तू,
एक अनुभव मिळाला तुला अन थोडं शिकलंस तू...

थोडा बावरलास पण त्यातून स्वतःला सावरलंस तू,
अनेक प्रसंग येतील पुन्हा पण जगणे नको थांबवूस तू,
एक अनुभव मिळाला तुला अन थोडं शिकलंस तू....

थोडा चुकलाही अशील थोडा थकला हि अशील तू,
पण थांबू नकोस पुन्हा योग्य मार्गी चालशील तू,
एक अनुभव मिळाला तुला अन थोडं शिकलंस तू....

काही गमावले अशील तू काही कमावले अशील तू,
पण गमावल्याचे दुःख आणि कमावल्याचा गर्व करू नको तू,
एक अनुभव मिळाला तुला अन थोडं शिकलंस तू....

जिंकल्याचा माज आणि हरलेल्याचा शोक करू नको तू,
काय कमी पडले पहा आणि पुन्हा उभा राहा तू,

एक अनुभव मिळाला तुला अन थोडं शिकलंस तू....

गरजूला साथ आणि माणुसकीला साद दे तू,
जास्तीची हाव आणि कमरतेतीची जाणीव नको ठेवू
तू,
एक अनुभव मिळाला तुला अन थोडं शिकलंस तू....

गर्दीत हरवून जाऊ नकोस तू,
गर्दीतून वाट काढायला शिक तू,
पण कधी वेळ भेटला तर उगाच भटकायला शिक तू,
एक अनुभव मिळाला तुला अन थोडं शिकलंस तू...

मन भरून जगायला शिक तू,
आनंद पसरवायला शिक तू,
आकाशात उंच उडायला शिक तू,
पडल्यास म्हण "एक अनुभव मिळाला तुला अन थोडं
शिकलंस तू..."

वो ....जो

वो रिश्ते ही क्या जो निभा ना पाएँ,
वो दोस्त ही क्या जो रुला के चला जाये,
भूल तो दुनिया उसी दिन जाती है,
जिस दिन दुःख अपना साया छोड़ जाये,

वो दिन ही क्या जो गिन ना पायें,
वो रात ही क्या जो बीत ना पाये,
खो जाएँ बस इन्हीं यादों में,
जहाँ बस अपनो कि प्रीत समझ आये,

वो बात ही क्या जो समझ ही ना आये,
वो साथ ही क्या जो अकेला छोड़ जाये,
बस खामोशी के साथ आगे का रास्ता कट जाये,

वो जीना ही क्या जिसमें तुम ना हो,
वो मौत ही क्या जिसमें गम ना हो,
गुज़रने के बाद किसी बात का कलेश ना हो,

वो दर्द ही क्या जो जता ना पाएँ,
वो हर्ज ही क्या जो दिखा ना पाएँ,
एक वो ज़िंदगी ही है जो सब कुछ सिखा के जाये...

The lost page of mine

I was smart, funny, and bright in study,
Never failed tests, behavior always nice and tidy,
I worked hard, but never did I truly shine,
So I embarked on a quest, searching for that lost
page of mine.

I fell in love at an early age of teen,
He was practical, I was just his queen,
We dated for so long, everything seemed fine,
But he lost his charm, and we fell apart, a sign.
Still, I kept looking for the lost page of mine.

In the depths of my heart, a flicker of hope,
Searching for love's embrace, learning to cope,
Through trials and tears, I'll rise above,
Seeking the missing piece, love's a tease, but I'll
keep looking for my lost page of love.

In the tapestry of my life, new chapters unfold,
With each page turned, a story yet to be told,
I'll find my passion, my purpose, my rhyme,
And continue the search for that lost page of mine.

Life's twists and turns may hide it from view,
But I won't give up, I'll keep pushing through.
within me lies the power to define,
The narrative of my life, the lost page I'll find.

Though those lost pages may be gone, leaving scars on my heart,
I'll rewrite my story, with joy profound,
Pages from my story slipped away with time,
But the good memories will forever stay on the last page of mine,

So let's keep writing, my friend, with all our might,
In this grand adventure, where dreams take flight.
With every word penned, we'll continue to shine,
And discover the beauty of that lost page, one line at a time.

उससे अच्छा तो (वो.... जो : भाग 2)

वो आंसू ही क्या जो कतरा तक ना बहा पाये
वो दुःख ही क्या जो सब को जताया ना जाए
उससे अच्छा तो खुशी ही है जो बाँटने लोग खुदबखुद
आ जाएँ
झूठी ही सही सब लोग अपने बन जाएँ.... (1)

वो ज़िंदगी ही क्या जो हम खुलके जी ना पाएँ
वो बंदगी ही क्या जिसमे सिर्फ खुद का ही ज़िक्र आये
उससे अच्छा है के हम नास्तिक ही बन जाएँ
बस मन ही मन में भगवान को याद किया जाये.....
(2)

वो राह भी क्या जिसपे लोग चल ना पाएँ
वो चाह भी क्या जो सब बरबाद कर जाये
उससे अच्छा तो हम भटके रहे अनजानी राहों पर
राह गुज़रते लोगों के साथी बन जाएँ..... (3)

वो वार ही क्या जो दिल को ना लगे
वो प्यार ही क्या जो रूह से ना हो जाये
उससे अच्छा तो हम ज़िंदगी के जाम में खो जाएँ
प्यार भी खुदसे हो और वार का एहसास ही ना हो पाएँ.
.. (४)

आयुष्य

लहानपणी आयुष्य किती सोपे असते,
मनामध्ये सगळे दाटून असते,
अगदी प्रत्येक टप्प्यामध्ये जणू ते साचत जाते,
आपल्याला मात्र सर्व काही शक्य वाटते....

छोट्या छोट्या खेळात देखील आपण रमून जातो,
खरं खरं सांगताना देखील देवाशपथ सांगतो,
बोलता बोलता सहज सर्वात मिसळून जातो,
निर्मळ आपले मन मात्र भाबड्या अपेक्षेनं राहतो....

मोठे होता होता स्वप्न मात्र बदलत जातात,
कारण चालता चालता पाय आता थकलेले असतात,
वाटते क्षणोक्षणी घ्यावा थोडा विसावा,
परिस्थिती मात्र विसरायला लावते तोच थकवा....

प्रवासाच्या शेवटी मात्र सर्व फसवे वाटते,
जगात फक्त एकटे राहिल्यासारखे वाटते,
खूप काही सुटल्यासारखे तर खूप काही चुकल्यासारखे
वाटते,
पण हेच आयुष्य आपल्याला चकवे देत राहते....

Blank page

In the realm of white, the story takes flight,
Words dance and weave, painting dreams so
bright,
With every stroke, a world begins to ignite,
On this blank page, imagination's pure light.

I splashed my canvas with vibrant hues so
bright,
But the paint mix turned out not quite right.
I fought to salvage it with all my might,
But maybe it came out all messy and tight,
So I flip the canvas starting on a blank page with
white.

In this whole world of wisdom and words,
everything is delight,
My poetic mind crafting the words into verses to
make it flight,
I started to dance with them clearing my blurry
sights,
My blank page filled up with my feelings and
thoughts.

A boon

In life's vast journey, a boon we find,
A gift bestowed, so gentle and kind.
It comes in moments, both big and small,
A blessing that lifts us, standing tall.

A boon can be a helping hand,
A friend's support, so truly grand.
It can be a smile on a cloudy day,
Or words of comfort, lighting our way.

Sometimes a boon is a second chance,
A fresh start, a new song to dance.
It mends our hearts when they are torn,
And gives us hope when we feel forlorn.

A boon can be a dream come true,
A chance to grow and start anew.
It sparks our passions, ignites the fire,
Fulfilling our deepest, truest desire.

So cherish the boons that come your way,
Embrace them fully, seize the day.
And when you're blessed, be a boon to others,
Spreading love, kindness, and joy like brothers.

For in this world, where troubles may loom,
The power of a boon can dispel the gloom.
So let us celebrate the blessings we find,
And let our lives be forever entwined.

The destiny

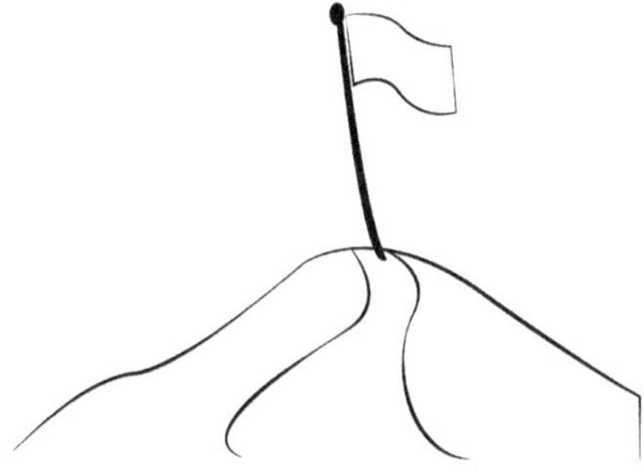

In life's grand tapestry, our destiny weaves,
A path unknown, where our heart truly believes.
It guides our steps, with a mysterious hand,
Unfolding a story we may not understand.

Destiny whispers in the winds that blow,
Carrying us forward, wherever we may go.
It intertwines with choices, both big and small,
Shaping our journey, weaving the call.

Sometimes destiny brings us joy and delight,
Leading us to moments that feel just right.
Other times, it challenges us to grow,
Through hardships and trials, we come to know.

Destiny's threads may twist and turn,
But they lead us to lessons we must learn.
It's a journey of purpose, both bright and dim,
Where we discover who we are within.

अच्छा लगा

अजनबी से थे हम दोनों,
यूँ दोस्त बनकर मिलना अच्छा लगा

पहली नज़र मे ही ना सही,
पर तेरा यूँ हमेशा साथ देना अच्छा लगा

नासमझ तो हम वैसे भी ना थे,
पर तेरा मुझे समझाना अच्छा लगा

वैसे तो हम चुप ही रहते थे,
पर तुमसे बातें करना अच्छा लगा

गुस्सा तो मुझे कभी आता ना था,
पर तेरा मुझे मनाना अच्छा लगा

आदत नही थी ज़्यादा बोलने की,
पर तेरे साथ वक्त बिताना अच्छा लगा

कइयों ने झूठे वादे कसमें दी,
पर तेरा वादा निभाना अच्छा लगा

भूल तो दुनिया एक दिन सबको जाती है,
पर तेरा मुझे याद करना अच्छा लगा

और इतनी भीड़ भरी दुनिया में,
तेरा मुझसे मिलना अच्छा लगा

नाही जरी झालीस माझी तू

प्रथम पाहिले जेव्हा तुला
वेध लागले फक्त तुझेच मला

रूप देखणे ते तुझे
त्यात हरवून बसलो मी माझे

झालो तुझ्यात मी दंग
जडला जणू प्रेमाचाच रंग
जाहली मनाची शांतता भंग
वाटे आयुष्यभर राहावे संग

अर्थ जणू मला प्रेमाचा कळला
त्यात सुखाचा मार्गही मिळाला
बीज हा हृदयात प्रेमाचा पेरला
चहूकडे बहुमास हि बहरला

नाहि जरी झालीस माझी तू
तरी संगे सागरही तरु
नाही देणार तुला मी हरू
नाही जरी झालीस माझी तू

मला तुला "Thanks" बोलायला वेळ घ्यायचा होता

अनोळखी शहरात जणू माझी एक नवी सुरवात होती,
स्वतःला शोधायची पुन्हा एकदा आस लागली होती,
आजूबाजूचा सर्वच पसारा माझ्यासाठी नवीन होता,
पण पहिल्या भेटीतच तुझा आवाज मला धीर देऊन
गेला होता,
त्यासाठी मला तुला "Thanks" बोलायला वेळ
घ्यायचा होता.... (१)

माझ्या उलाढालीच्या आयुष्यात एक नवीन पहाट
आली होती,
त्यात मात्र मी स्वतःला सावरायला पाहत होती,
तुझा माझा परिचय तसा अनोळखीच होता,
पण तरी तुझा चेहरा मला ओळखीचा वाटत होता,
त्यासाठी मला तुला "Thanks" बोलायला वेळ
घ्यायचा होता.... (२)

आपले बोलणे चालणे हळूहळू वाढले होते,
स्वभाव जरी टोकाचे असले तरी मन मात्र जुळले
होते,
दिवसेंदिवस मैत्रीचा बंध हळूहळू वाढत होता,

आणि माझा वेळ हळूहळू तुझ्यामधें अडकत चालला
होता,
त्यासाठी मला तुला "Thanks" बोलायला वेळ
घ्यायचा होता....(३)

 सर्वकाही खूप वेळ चांगलेच चालते असे नसते,
आणि माझ्या नशिबाचे फासे परत उलटे पडत होते,
तुझ्या समजावण्याने मला माझ्या उणिवा दिसल्या
होत्या,
कठीणच ठीक पण माझ्यासाठी तो एक धडा होता,
त्यासाठी मला तुला "Thanks" बोलायला वेळ
घ्यायचा होता....(४)

तुझा माझा एकत्र प्रवास कुठवर असेल माहित नाही,
आयुष्याच्या गर्दीत नाही हरवणार याची गॅरेंटी नाही,
हि तुझी साथ माझ्या नेहमीच लक्षात राहील,
आपल्या या भेटीसाठी मी देवाची आभारी असेन,
पण त्याआधी मला तुला "Thanks" बोलायला वेळ
घ्यायचा होता....(५)

धकाधकीच्या आयुष्यात हरवून जाता जाता आपला
हा प्रवास माझ्या नेहमीच लक्षात राहील,
पण खर सांगू पण स्वार्थी माझे मन मात्र हे कधीच
संपू नये हेच मागत राहील,

थोडा का होईना अजून थोडा जास्त वेळ पाहिजे होता,
म्हणूनच मला तुला "Thanks" बोलायाल अजून थोडा
जास्तवेळ घ्यायचा होता....(६)

कहानी

चार पन्नों कि एक कहानी थी,
सुरीली नहीं पर खूबसूरत ज़रूर थी,
आसान भी नहीं पर कहो तो सीधी थी,
कुछ बहुत यादगार किस्से सुनाया करती थी,
कई सारी बारिशें इस किताब ने देखी थी,
पर एक आंधी ने उस किताब की कहानी बदल दी थी,

एक पन्ना जो उड़ गया कभी लौट ना पाया था,
उसने उस किताब का मोल ही कम कर दिया था,

ना कभी उभर पाई वो किताब उस बवंडर से,
एक-एक करके हवा में बह गये उसके बाकी सारे पन्ने,

बस रहे गया आखिरी एक पन्ना जो कभी उड़ ना
पाया,
हवा ने भी तभी उसपे थोड़ा रहम खाया,
मगर किताब ने तब तक बहुत देर होते पाया,
क्योंकि थे खोये उसने उसमें अपने तीन सफहा,

अकेला एक वो पन्ना जो आधा भरा था,
अब किताब से उसको कोई शिकवा ना था,
क्योंकि वजूद जो सारा उसका बिखरा था,
कुछ पूरा कर ना पाया वही बस मसला था,
पन्ने ने भी बहुत शिद्दत से खुद को समेटा था,
अपने आप को जो उसको पूरा भरना था,

माना ना बन पाया वो उस किताब कि कहानी अकेला कभी,
पर ठाना था उसने के ना हारेगा आँधी से फिर कभी,
लिखी उसने कई नज़्में उसकी ही ज़ुबानी,
लिखा उसने वो सब जो बोल ना पाया कभी,

बदल दिया उसने अपने आप को,
बदल दिया हवा के हर एक मोड़ को,

किया किताब को अलग खुद से ,
पर रखा उसको सबसे करीब अपने,

जीवन के बहाव मे बहता गया वो,
अपने अल्फ़ाज़ खुद पे लिखता गया वो,
अपना गम भुला के दूसरों की ख़ुशी में शामिल हुआ वो,
कहानी तो ना बन पाया पर ग़ज़ल ज़रूर बन गया वो.....

9 789363 317772